14 കുട്ടിക്കവിതകൾ -2

കവിസൗഹൃദക്കൂട്ടം

വായനയുടെ ലോകത്തേക്ക് കടന്നുവരുന്ന എല്ലാ
കുരുന്നുകൾക്കും സമർപ്പണം.

ഉള്ളടക്കം

ആമുഖം

"കവിതയ്ക്ക് പ്രായമില്ല" എന്ന് പറയുന്നത് സത്യമാ
ണ്. കുട്ടികളെ വായനയുടെ ലോകത്തിലേക്ക് കൈ
പിടിച്ചുകയറ്റാൻ ഏറ്റവും നല്ല മാർഗ്ഗം കുട്ടിക്കവിത
കളാണ്. ലളിതവും താളഭംഗിയുമുള്ള കവിതകൾ
കുരുന്നു മനസ്സുകളിൽ ഇടം നേടും. അവരിൽ പുസ്
തകങ്ങളോടുള്ള സ്നേഹം വളർത്താൻ കുട്ടിക്കവിത
കൾക്കുള്ള പങ്ക് വളരെ വലുതാണ്.

ശിശുദിനമായി ആഘോഷിക്കുന്ന നവംബർ പതിനാ
ലിന് (14/11/2022) വേണ്ടി കവിസൗഹൃദക്കൂട്ടത്തിലെ
പതിനാല് കവികൾ എഴുതിയ പതിനാല് കുട്ടിക്കവിത
കളാണ് ഈ പുസ്തകത്തിലുള്ളത്. കുരുന്നു മനസ്സു
കളിൽ വായനാവസന്തം വിരിയിക്കുവാൻ ഇതിലുള്ള
കുഞ്ഞുകവിതകൾക്കാവട്ടെ എന്നാശംസിക്കുന്നു

വൈക

Cover Picture : Ananya Satish Pisharody

Pictures : Satish Pisharody

Cover Design : Robin Palluruthy

14 KUTTIKKAVITHAKAL -2

Category	: Collection of poems for children
Language	: Malayalam
Author	: Kavisauhrudakkoottam
First published in	: November 2022
Publisher	: Vaika
Phone	: 9429439728

മുഖവുര

അനന്യ സതീഷ് പിഷാരോടി

ഗിരിജ ഹരിദാസ്

ഗംഗ ഹരിഹരൻ

ആര്യദേവ് എ.ആർ

ജ്യോതി . പി

അശോകൻ കെ.വി

ആര്യൻ എ.ആർ

വൈക

പ്രജീവ് നമ്പ്യാർ
കണ്ണോത്ത്

നന്ദാത്മജൻകൊതേരി

റോബിൻ
പള്ളത്തി

പ്രദീഷ് കെ.
എടയന്നൂർ

പ്രിയ വി.കെ

വിനിത രാമചന്ദ്രൻ

1. പൂച്ച

പൂച്ച എന്റെ പൂച്ച
വെളു വെളുത്ത പൂച്ച
പാല് മാത്രം കുടിച്ചു നടക്കും
പാലിന്റെ നിറമുള്ള പൂച്ച

അനന്യ സതീഷ് പിഷാരോടി

2. റോസാ

റോസ നല്ല റോസാ
മണമുള്ള റോസാ
ചന്തമുള്ള റോസാ
പലനിറത്തിൽ റോസാ
പൂന്തോട്ടത്തിലെ റോസാ
ചാച്ചാജിയുടെ റോസാ

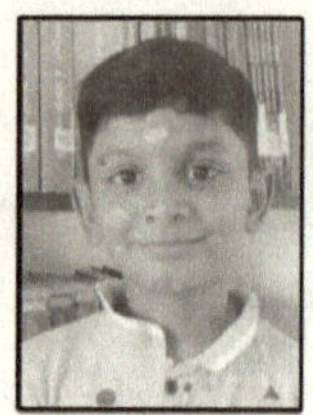

ആര്യദേവ് എ.ആർ

3. രാവ്

ആര്യൻ എ.ആർ

ആകാശം പൂത്തുലയുന്നു
നക്ഷത്രങ്ങൾ പാറിനടക്കുന്നു
പകലോനോടി ഒളിക്കുന്നു
അമ്പിളി പുഞ്ചിരിതൂകുന്നു

4. ചിന്ത

ചിന്തക്കെന്നും ചന്തം വേണം,
ചന്തമുള്ള ചിന്ത വേണം,
ചിന്തയില്ലേൽ ചന്തമില്ല,
ചന്തമില്ലേൽ ചിന്തയില്ല.

ചിന്തയിലെ നന്മ പോലെ,
ചിന്തയിലെ കാതൽ പോലെ,
ചിന്തയിലെ ചന്തം പോലെ,
ചിന്തിക്കാനായ് ചിന്ത വേണം.

ഗംഗ ഹരിഹരൻ

5. മുത്തശ്ശിച്ചൊല്ല്

ഉണ്ണി കരഞ്ഞു തുടങ്ങി,
അമ്മൂമ്മ മെല്ലെ മൊഴിഞ്ഞു,
ഉണ്ണി കരയുന്നത് എന്തെ
അമ്മൂമ്മ നെയ്യപ്പം ചുട്ടു തരാമേ.
ഉണ്ണി ശങ്കിച്ചു പറഞ്ഞു,
ഫോണിൽ കളിച്ചാൽ മതി എനിക്ക്.
അമ്മൂമ്മ സ്നേഹത്തോടെ ചൊല്ലി,
ഉണ്ണി, ഫോണത് നല്ലതിനല്ല.

ഗിരിജ ഹരിദാസ്

6. കുരുവി

പൊങ്ങിയും താണും
ആടിക്കളിക്കുന്ന
ചില്ലകൾ തോറും
ചാടിക്കളിക്കുന്ന തേൻകുരുവി
നിൻ കുഞ്ഞിളം തൂവൽ
തിളങ്ങുന്ന നേരം
നിന്നെ കാണുവാനയ്യാ
എന്ത് ചന്തം.
പൂക്കൾക്ക് ചാരെ നീ
ചിറകടിച്ചെത്തുമ്പോൾ
അവർ മോദമായ്
നൽകുമോ മധുചഷകം
ചിരിയോടെ നൽകുമോ
നറുമണവും

റോബിൻ പള്ളത്തി

7. കുഞ്ഞോണം

പ്രജീവ് നമ്പ്യാർ കണ്ണോത്ത്

പൂക്കളിലിന്നൊരു പൂവിളിയായി
പൊന്നോണം വരവായി
മാവേലി തമ്പുരാനും
ക്ഷേമമളക്കാൻ വരവായി
മൂവാണ്ടൻ മാവിൻ കൊമ്പിലെ
ഊഞ്ഞാലിലാടണേ
കോടിയുടുത്ത്...
പൂക്കളിറുത്ത്...
സദ്യയുമുണ്ട്...
പുലികളി കാണണ്ടേ...
പൊന്നോണക്കളികൾ ആടണേ...

8. കുഞ്ഞിക്കിളിയും പൂത്തുമ്പിയും

കിണറിൻകരയിലെചെളിയിലിരിക്കും
കാർവരിവണ്ടേ കരിവണ്ടേ
കാടുംമേടും വെച്ചിട്ടെന്തേ
ചെളിയിൽ വന്നു കളിക്കുന്നു
നീ ചെളിയിൽവന്നുകളിക്കുന്നു

നന്ദാത്മജൻകൊതേരി

മഞ്ഞപ്പൂക്കളിൽതേൻനുകരും
മഞ്ഞത്തുമ്പി പൂത്തുമ്പി
നുകരുംതേനിലൊരിത്തിരിയിന്നെൻ
ചുണ്ടിൽ പകർന്നുതരാമോ നീ?

9. എൻ കവിത

കവിത കവിത എൻ കവിത
കട്ടികുറഞ്ഞൊരു പെൻ കവിത
കുട്ടിത്തത്തിൻ പൊൻ കവിത
പെട്ടന്നുണ്ടായീക്കവിത
പൊട്ടത്തരമോ ഈ കവിത ?
പെട്ടന്നുത്തരം തന്നാലും..

അശോകൻ കെ.വി

10. പൂമ്പാറ്റ

ജ്യോതി. പി

പുള്ളിയുടുപ്പിട്ട പൂമ്പാറ്റ
പാറിവരുന്നു പൂമ്പാറ്റ
പൂക്കൾതോറും പാറിനടന്ന്
തേൻ കുടിക്കും പൂമ്പാറ്റ

11. തട്ടീം മുട്ടീം

പ്രിയ വി കെ

തട്ടീം മുട്ടീം ചട്ടീം കലവും
പൊട്ടിപ്പോയേ ഒരുനാള്
അയ്യോ പാവം പാത്തുമ്മ
മാനം നോക്കിയിക്കിരിപ്പാണേ

Enter Caption

12. ചാച്ചാജി

വിനിത രാമചന്ദ്രൻ

പൂന്തോപ്പിൽ പാറിപ്പറന്നു
കളിക്കുന്ന
ചിത്രശലഭങ്ങളാം കൊച്ചു
കുഞ്ഞുങ്ങൾ
അവരോടൊത്തുകളിച്ചു നടക്കും
മുത്തശ്ശനുമാ ചാച്ചാജി
ശിശുദിനമായ് നാം
കൊണ്ടാടുന്നൊരു
സുദിനമിതല്ലോ -
ചാച്ചാജിയുടെ ജന്മദിനം

13. ലഹരിവല

പ്രദീഷ് കെ എടയന്നൂർ

കുട്ടികളെ വലവീശിയെറിഞ്ഞു
കുരുക്കി മടക്കി
കുപ്പിയിലാക്കിയതിങ്ങനെ
വല്ലാ പൊല്ലാപ്പായത്
കണ്ടു മടുത്ത ജനത്തിനെ നോക്കി
പല്ലുമിളിച്ച് നടക്കുവതുണ്ടീ മദ്യവുമീ
പ്പുകയൂതിയിളക്കും ബാല്യങ്ങൾ
വേണ്ട നമുക്കിനിയുലകം തച്ചു
തകർക്കും ലഹരികൾ
വേണ്ടേ വേണ്ടിനി നമ്മെ മയക്കിയ
വിഷപ്പുക തീണ്ടിയ സംസ്കാരം

14. വിമാനം

വൈക

മാനത്തീ കാണുന്നതെന്താണ്?
പാറിപറക്കുന്നപക്ഷിയാണോ?
കുഞ്ഞൂട്ടൻ പറത്തിയ പട്ടമാണോ?
അല്ല കുഞ്ഞേയിതു മാനത്തൂടോടുന്ന
ആളെകയറ്റുന്ന വണ്ടിയാണെ..
ലോകം ചുറ്റുന്ന വിമാനമാണേ..

www.ingramcontent.com/pod-product-compliance
Lightning Source LLC
Chambersburg PA
CBHW022043150726
47990CB00004B/1599